Poppkorn matreiðslubók:

Frá klassískum útgáfum til sælkeraútgáfu

Uppgötvaðu 100 bestu uppskriftirnar fyrir ljúffengasta popp sem þú hefur smakkað.

Ármann Bui

EFNISYFIRLIT

KYNNING

Þessi bók er stútfull af poppuppskriftum sem er ótrúlega skemmtilegt og hagkvæmt að búa til heima. Með 100 bragðgóðum uppskriftum er miklu meira en bara kunnuglega karamellu- og cheddarbragðið. Þú munt finna skapandi uppskriftir eins og Pepperoni Pizza, Bacon Teriyaki, Taco Lime bragðefni, Gooey S'mores, svo og popp fyrir börn og annað bara fyrir hátíðirnar. Svo mikið úrval af bragðbættu poppkorni þýðir að það er lota fullkomin fyrir hvaða tilefni sem er. Jafnvel betra, popp er náttúrulega vegan, grænmetisæta og glútenfrítt, frábær valkostur við óhollt unað snarl.

Þessi líflega bók er endanleg popphandbók!

1. <u>Pink Lemonade Popcorn</u>

Gerir: 6 til 8 skammta

HRÁEFNI:

- Einn 3,2 aura poki í örbylgjuofni ketill maís
- 1 ½ tsk bleikt límonaði drykkjarduft

LEIÐBEININGAR:

a) Undirbúið ketilkornið samkvæmt leiðbeiningum á pakka.

b) Taktu pokann úr örbylgjuofninum og opnaðu hann varlega.

c) Á meðan poppið er enn heitt skaltu hella bleika límonaði drykkjarduftinu út í.

d) Haltu pokanum lokaðri með hendinni og hristu kröftuglega þar til hann hefur blandast saman.

e) Berið fram strax eða geymið í loftþéttu íláti.

2. Spirulina poppkorn

Gerir: 4 skammta

HRÁEFNI:
- Rifinn parmesanostur
- Hvítlauksduft
- $\frac{1}{2}$ matskeið dulse flögur
- Cayenne pipar, chili pipar eða paprika
- 1 matskeið Spirulina

LEIÐBEININGAR:
a) Gerðu popp eins og venjulega.
b) Blandið einhverju eða öllum ofangreindum hráefnum saman.
c) Á meðan poppið er enn heitt skaltu bæta við kryddblöndunni og hrista kröftuglega þannig að poppið verði jafnt húðað.

3. Rautt flauelspopp

Gerir: 8 skammta

HRÁEFNI:

- 16 bollar poppað popp
- 3 bollar rauðflauelskökumola
- 20 aura hvítt súkkulaði eða hvítt bráðnandi nammi

LEIÐBEININGAR

a) Settu poppið með loftpoppa í stóra skál.

b) Bræðið hvíta súkkulaðið samkvæmt leiðbeiningum á pakkanum.

c) Hellið brædda súkkulaðinu yfir poppið og hrærið til að hjúpa það alveg.

d) Helltu poppinu á vaxpappírsklædda borð og stráðu rauðu flauelsmolunum yfir.

e) Látið það þorna alveg áður en það er borðað.

4. Saltar karamellu poppkornssúfflur

Gerir: 4

HRÁEFNI:

- 125ml nýmjólk
- 125ml tvöfaldur rjómi
- 105 g flórsykur
- 25 g hrísgrjónabúðingur
- 1 vanillustöng, skipt
- 75 g ósaltað smjör, mildað
- 6 eggjahvítur
- 20 g popp

SALTAÐ KARAMELLUSÓSA

- 100g flórsykur, auk 75g fyrir ramekin
- 45 g saltað smjör, skorið í bita
- 60ml tvöfaldur rjómi
- ½ tsk sjávarsalt

LEIÐBEININGAR:

a) Hitið ofninn í 140°C og setjið fjögur 9,5cm x 5cm souffléform eða ramekin í ísskápinn til að kæla.

b) Blandið mjólkinni, rjómanum, 15 g af sykri, hrísgrjónum, vanillustöng og smá salti saman í eldfast mót.

c) Lokið og bakið í 2 klukkustundir eða þar til hrísgrjónin eru mjúk, hrærið á 30 mínútna fresti.

d) Fjarlægðu vanillustöngina, flyttu síðan blönduna yfir í blandara og hrærðu í slétt mauk, tryggðu að engin hrísgrjónakorn séu eftir. Lokið og látið kólna.

e) Á meðan, fyrir karamellusósuna, dreifið 100 g af sykri í botninn á þykkri pönnu.

f) Setjið yfir meðalháan hita og fylgist vel með sykrinum þegar hann byrjar að bráðna.

g) Hristið pönnuna af og til til að dreifa sykri sem hefur ekki bráðnað og þegar hann er að bráðna skaltu nota sílikonspaða til að koma honum saman og brjóta varlega upp kekki.

h) Þegar það er sléttur, djúpt gulbrúnn vökvi – passaðu að hann brenni ekki – hrærðu smjörinu hratt út í.

i) Hellið hægt út í rjómann og hrærið þar til það myndar glansandi, gljáandi karamellusósu. Hrærið sjávarsalti saman við. Setja til hliðar.

j) Þegar ramekinin eru orðin alveg kald, takið þær úr ísskápnum og penslið þær ríkulega með smjörinu, passið að það sé ekki blettur og penslið alveg upp að brúninni.

k) Helltu 75 g af sykri í eina ramekin, snúðu henni svo að innanverðið hjúpist vel af sykri, helltu síðan umframmagninu í það næsta og endurtaktu þar til þau eru öll húðuð. Setja til hliðar.

l) Hellið eggjahvítunum í stóra skál og þeytið með rafmagnsþeytara á miklum hraða í 1 mín.

m) Bætið smám saman við fjórðungi af sykrinum sem eftir er, þeytið í eina mínútu í viðbót, síðan annan fjórðung.

n) Endurtaktu þar til allur sykurinn hefur verið blandaður inn.

o) Þegar öllum sykrinum hefur verið bætt við skaltu halda áfram að þeyta í 30 sekúndur í viðbót þar til hann myndar stífa, glansandi toppa.

p) Á meðan skaltu setja hrísgrjónabúðingamaukið og 15 g af saltkaramellusósunni í stóra hitaþolna skál sem sett er yfir pott með sjóðandi vatni.

q) Hitið blönduna varlega og hrærið saman og takið hana síðan af hellunni.

r) Brjótið fjórðung af þeyttu eggjahvítunum saman við hrísgrjónabúðinguna til að losa hana og brjótið svo restinni saman við þar til hún er vel felld inn.

s) Hitið ofninn í 200C.

t) Hellið souffléblöndunni í tilbúnu ramekinurnar og fyllið þær örlítið yfir.

u) Notaðu pallettuhníf til að jafna toppana af.

v) Renndu þumalfingri og vísifingri í kringum innanverðan brún hvers ramekins til að tryggja að soufflés lyftist beint upp.

w) Stráið toppunum yfir poppinu, setjið þá á bökunarplötu og bakið í miðhillu ofnsins.

5. <u>Matcha Lime popp</u>

Gerir: 2 skammta

HRÁEFNI:

- 1 matskeið kókosolía
- ¼ bolli poppkornskjarna
- 2 matskeiðar sykur
- 1 matskeið vegan smjör
- ½ tsk vatn
- 1 tsk matcha duft
- 1 tsk mjög smátt saxaður limebörkur

LEIÐBEININGAR

a) Hitið olíuna í stórum og djúpum potti eða pönnu við meðalhita. Bætið nokkrum poppkornskjörnum í pottinn og bíðið eftir að þeir springi.

b) Þegar þeir hafa sprungið, bætið við afganginum af poppkornskjörnunum, hrærið til að hjúpa með olíu og takið af hitanum. Bíddu í 30-50 sekúndur og settu pottinn aftur á eldavélina.

c) Lokið með loki og bíðið eftir að kjarnan springi. Þegar það byrjar að poppa skaltu hrista pottinn nokkrum sinnum til að tryggja að allir kjarnarnir eldist jafnt. Haltu áfram að elda þar til allir kjarnarnir hafa sprungið. Takið af hitanum og setjið yfir í stóra blöndunarskál.

d) Bætið sykrinum og vegan smjörinu í litla pott. Ekki hika við að bæta við klípu af salti líka. Hitið yfir meðalhita og látið sjóða í um það bil 1 mínútu. Bætið vatninu út í, hrærið og eldið í 20 sekúndur í viðbót, eða þar til sykurinn er að fullu uppleystur.

e) Hellið poppinu yfir á meðan hrært er á sama tíma til að hjúpa það jafnt með sírópinu. Sigtið matcha duftið yfir poppið og hrærið til að hjúpa. Bætið límónuberkunum út í og hrærið aftur.

f) Berist strax! Þetta popp er best að bera fram sama dag, en þú getur hitað það aftur daginn eftir í 350°F forhituðum ofni í um það bil 5 mínútur.

6. Trönuberjapoppstangir

Gerir: 4 skammta

HRÁEFNI:

- 3 aura örbylgjupopp, poppað
- $\frac{3}{4}$ bolli hvít súkkulaðibitar
- $\frac{3}{4}$ bolli sykruð þurrkuð trönuber
- $\frac{1}{2}$ bolli sykrað flöguð kókos
- $\frac{1}{2}$ bolli sneiddar möndlur, gróft saxaðar
- 10 aura marshmallows
- 3 matskeiðar smjör

LEIÐBEININGAR:

a) Klæðið 13 tommu x 9 tommu bökunarpönnu með álpappír; úða með nonstick grænmetisúða og setja til hliðar. Í stórri skál, blandaðu saman poppi, súkkulaðiflögum, trönuberjum, kókos og möndlum; setja til hliðar. Í potti yfir miðlungs hita, hrærið marshmallows og smjöri þar til það er bráðið og slétt.

b) Hellið poppblöndunni yfir og blandið til að húðin sé alveg; fluttu fljótt á tilbúna pönnu.

c) Leggðu blað af vaxpappír ofan á; þrýstu þétt niður. Kælið í 30 mínútur eða þar til það er stíft. Lyftu stöngum af pönnu, notaðu filmu sem handföng; afhýða álpappír og vaxpappír. Skerið í stangir; kældu í 30 mínútur til viðbótar.

7. Candy Corn Popcorn Balls

Gerir: 10

HRÁEFNI:
- 8 bollar poppað popp
- 1 bolli nammi maís
- ¼ bolli smjör
- ¼ teskeið salt
- 10 aura pk. marshmallows

LEIÐBEININGAR:
a) Sameina popp og nammi maís í stóra skál; setja til hliðar. Bræðið smjör í stórri potti yfir miðlungshita; hrærið salti og marshmallows saman við.

b) Lækkið hitann í lágan og eldið, hrærið oft, í 7 mínútur eða þar til marshmallows bráðna og blandan er slétt.

c) Hellið poppblöndunni yfir, hrærið til að hjúpa. Húðaðu hendur létt með grænmetisúða og mótaðu poppblönduna í 4 tommu kúlur.

d) Vefjið kúlur hver fyrir sig í sellófan ef vill.

8. Marshmallow Popcorn Milkshake

Gerir: 2 skammta

HRÁEFNI:

- 1 bolli nýmjólk
- ⅔ bolli popp
- ½ bolli lítill marshmallows
- ⅔ bolli vanilluís
- ¼ teskeið salt

LEIÐBEININGAR:

a) Setjið poppið í blandara og blandið þar til poppið verður eins og fínt brauðrasp.

b) Bætið síðan marshmallows, mjólk og ís út í. Blandið þar til slétt.

c) Smakkaðu mjólkurhristinginn og sjáðu hvernig hann bragðast fyrst án viðbætts salts.

d) Bætið síðan marshmallows, mjólk og ís út í. Blandið þar til slétt.

e) Smakkaðu mjólkurhristinginn og sjáðu hvernig hann bragðast fyrst án viðbætts salts.

9. Bourbon karamellu klasar

Gerir: 24 klasa

HRÁEFNI:

- 2 matskeiðar jurtaolía
- ⅓ bolli poppkornskjarna
- 4 matskeiðar smjör úr jurtaríkinu
- 1½ bollar ljós púðursykur, þétt pakkaður
- ½ bolli létt maíssíróp
- 2 matskeiðar bourbon
- ½ tsk salt
- ½ tsk matarsódi
- 1 bolli saxaðar pekanhnetur, ristaðar

LEIÐBEININGAR:

a) Hitið 3 poppkornskjarna í jurtaolíu í meðalstórum potti með loki yfir miðlungshita. Bætið við kjarnanum sem eftir eru og setjið lok á pottinn aftur um leið og einn springur.

b) Eldið í 3 mínútur, hristið pönnuna stöðugt, eða þar til kjarnarnir hætta að springa.

c) Forhitið ofninn í 350°F og klæddu bökunarplötu með álpappír,

d) Spreyið með eldunarúða sem ekki festist.

e) Bræðið kannasmjörið úr jurtaríkinu í potti. Bætið við ljósum púðursykri og léttu maíssírópi.

f) Látið suðuna koma upp, hrærið af og til, í 10 mínútur, eða þar til hún nær 300°F .

g) Slökkvið á hitanum og bætið við bourbon, salti, matarsóda, pekanhnetum og poppkorni og blandið saman við.

h) Færið blönduna yfir á tilbúna bökunarplötu og raðið klösunum.

i) Leyfðu að minnsta kosti 30 mínútum til að kólna áður en það er borið fram.

10. <u>Fellibylur Popcorn</u>

Gerir: 4 skammta

HRÁEFNI:
- 1 lítra ferskt popp
- 1 matskeið bræft smjör
- $\frac{1}{8}$ teskeið af sojasósu
- 1 matskeið Nori furikake
- Japönsk hrísgrjónakex

LEIÐBEININGAR:
a) Blandið smá sojasósu saman við bræddu smjöri. Dreypið smjörblöndunni smám saman yfir poppið og dreifið því eins jafnt og hægt er. Blandið vel saman.

b) Stráið furikake yfir poppið, hrærið/hristið vel til að dreifa. Blandið hrísgrjónakexum saman við.

c) Toppið með auka stökkva af furikake.

11. <u>Butterfly Pea Lime Popcorn</u>

Gerir: 2 skammta

HRÁEFNI:
- 1 matskeið kókosolía
- $\frac{1}{4}$ bolli poppkornskjarna
- 2 matskeiðar sykur
- 1 matskeið vegan smjör
- $\frac{1}{2}$ tsk vatn
- 1 tsk Butterfly Pea Powder
- 1 tsk mjög smátt saxaður limebörkur

LEIÐBEININGAR
a) Hitið olíuna í stórum og djúpum potti eða pönnu við meðalhita.

b) Bætið nokkrum poppkornskjörnum í pottinn og bíðið eftir að þeir springi.

c) Þegar þeir hafa sprungið, bætið við afganginum af poppkornskjörnunum, hrærið til að hjúpa með olíu og takið af hitanum. Bíddu í 30-50 sekúndur og settu pottinn aftur á eldavélina.

d) Lokið með loki og bíðið eftir að kjarnan springi. Þegar það byrjar að poppa skaltu hrista pottinn nokkrum sinnum til að tryggja að allir kjarnarnir eldist jafnt. Haltu áfram að elda þar til allir kjarnarnir hafa sprungið. Takið af hitanum og setjið yfir í stóra blöndunarskál.

e) Bætið sykrinum og vegan smjörinu í lítinn pott. Ekki hika við að bæta við klípu af salti líka. Hitið yfir meðalhita og látið sjóða í um það bil 1 mínútu. Bætið vatninu út í, hrærið og eldið í 20 sekúndur í viðbót, eða þar til sykurinn er að fullu uppleystur.

f) Hellið poppinu yfir á meðan hrært er á sama tíma til að hjúpa það jafnt með sírópinu.

g) Sigtið fiðrildabaunina yfir poppið og hrærið til að hjúpa. Bætið lime börknum út í og hrærið aftur.

h) Berist strax.

12. Toblerone popp

Gerir: 1

HRÁEFNI:

- 1 poki af popp
- ½ Toblerone bar
- ⅓ bolli mjólk

LEIÐBEININGAR

a) Poppaðu poppið

b) Setjið súkkulaði og mjólk í pott

c) Kveiktu á miðlungs til lágum hita

d) Hrærið frekar oft í fyrstu og látið síðan súkkulaðið setjast í sósu

e) Þegar áferðin er orðin slétt, dreypið poppinu yfir

13. Kryddað helluborðspopp

Gerir: 10 CUPS

HRÁEFNI:

- 1 matskeið olía
- 1 tsk garam masala
- ½ bolli ósoðnir poppkornskjarna
- 1 tsk gróft sjávarsalt

LEIÐBEININGAR:

a) Hitið olíuna á djúpri, þungri pönnu yfir miðlungshita.

b) Hrærið poppkornskjörnunum saman við.

c) Látið malla í 7 mínútur með loki á pönnunni.

d) Slökktu á hitanum og láttu poppið standa í 3 mínútur með lokið á.

e) Saltið og masala eftir smekk.

14. Poppkorn kúlur

HRÁEFNI:

- 7 lítrar af poppuðu poppkorni
- 1 bolli melass
- 1 bolli kornsykur
- ⅓ bolli vatn
- ½ tsk salt
- ½ tsk vanilla

LEIÐBEININGAR:

a) Setjið popp í stóra bökunarpönnu; haldið heitum í 200° heitum ofni.

b) Í þungum potti blandið saman sykri, melassa, vatni og salti.

c) Eldið við meðalhita þar til sælgætishitamælir sýnir 235° (mjúkboltastig).

d) Takið af hitanum. Bætið vanillu.

e) Hellið strax yfir poppið og hrærið þar til það er jafnhúðað.

f) Þegar blandan er orðin nógu köld til að hægt sé að höndla hana skaltu móta hana fljótt í 3-tommu. kúlur, dýfðu höndum í kalt vatn til að koma í veg fyrir að þær festist.

15. <u>Loftsteikingarpopp með hvítlaukssalti</u>

Gerir 1 skammt

HRÁEFNI:

- 2 matskeiðar ólífuolía
- $\frac{1}{4}$ bolli poppkornskjarna
- 1 tsk hvítlaukssalt
- Matarlitur

LEIÐBEININGAR:

a) Forhitaðu loftsteikingarvélina í 380°F.

b) Rífðu ferning af álpappír á stærð við botninn á loftsteikingarvélinni og settu hann í loftsteikingarvélina.

c) Dreypið ólífuolíu ofan á álpappírinn og hellið svo ofan í poppkornskjarnana.

d) Steikið í 8 til 10 mínútur, eða þar til poppið hættir að poppa.

e) Færið poppið í stóra skál og stráið hvítlaukssalti og matarlit yfir áður en það er borið fram.

16. <u>Betlarapopp</u>

Gerir: Um 4 bolla poppað

HRÁEFNI:

- 2 matskeiðar poppkornskjarna
- 2 sprengingar af nonstick eldunarúða
- Kanill eftir smekk
- Chili duft eftir smekk
- Cayenne pipar eftir smekk
- Hvítlauksduft eftir smekk
- 1 tsk sjávarsalt

LEIÐBEININGAR

a)   Setjið ósoðið poppið í brúnan pappírspoka.

b)   Sprautaðu inni í pokanum og kjarnanum með eldunarúða, brettu síðan toppinn á pokanum fimm sinnum þétt niður til að gera pláss fyrir poppað maís.

c)   Örbylgjuofn í 2 mínútur á miðlungs hátt.

d)   Kryddið með kanil, chilidufti, cayenne pipar, hvítlauk og salti. Lokaðu pokanum aftur og hristu hann kröftuglega.

17. Stökk ítölsk poppblanda

Gerir: 10 skammta

HRÁEFNI:

- 10 bollar Poppað popp
- 3 bollar Maíssnarl í laginu í laginu
- $\frac{1}{4}$ bolli Smjörlíki eða smjör
- 1 teskeið Ítalskt krydd
- $\frac{1}{2}$ teskeið Hvítlauksduft
- ⅓ bolli parmesan ostur

LEIÐBEININGAR:

a) Í stórri örbylgjuofn skál skaltu sameina popp og maíssnarl.

b) hinum hráefnunum , nema ostinum, í 1 bolla öröruggan mælikvarða .

c) Örbylgjuofn í 1 mínútu á HIGH, eða þar til smjörlíki bráðnar; hrærið. Hellið poppblöndunni ofan á.

d) Hrærið þar til allt er jafnhúðað. Örbylgjuofn, án loks, í 2-4 mínútur, þar til ristað, hrærið á hverri mínútu. Strá skal parmesanosti ofan á.

e) Það þjónar heitt.

18. Sriracha popp ís

Gerir um 1 kvart

HRÁEFNI:

- 3 matskeiðar sriracha
- 2 bollar nýpoppað fitulaust popp
- 2¼ bollar þungur rjómi
- Blank ísgrunnur

LEIÐBEININGAR

a) Klæðið bökunarplötu með bökunarpappír. Forhitið ofninn í 220°F. Notaðu offset spaða, dreifðu sriracha í mjög þunnt lag yfir pergamentið. Þurrkaðu sriracha í ofninum í um það bil klukkustund, eða þar til það er alveg þurrt. Látið kólna alveg. Á þessum tímapunkti ætti það að afhýða eða skafa af pergamentinu. Setjið sriracha í plastpoka og myljið það í duft. Setja til hliðar.

b) Byrjaðu á nýpoppuðu maís, enn heitt. Ef þú átt ekki ferskt poppkorn geturðu ristað popp í poka í 5 mínútur í ofni við 200°F, eða þar til ilmurinn af poppkorni er áberandi. Fitulausa poppið er mikilvægt þar sem það mun ekki hafa olíuna sem venjulegt popp gerir, sem skapar fitu í fullbúnum ís.

c) Í meðalstórum potti yfir meðalhita, bætið poppinu út í rjómann. Látið malla í lágan hita í 3 til 5 mínútur. Notaðu netsíu yfir skál, síaðu vökvann, þrýstu til að tryggja að þú fáir eins mikið af bragðbættum rjóma og mögulegt er. Svolítið af poppkornskvoða gæti komið í gegn, en það er allt í lagi - það er ljúffengt! Geymið afganginn af föstum efnum fyrir Popcorn Pudding. Leyfið kremið að kólna alveg.

d) Þú munt missa eitthvað af rjóma við frásog, svo mæltu kremið sem eftir er og bættu við eftir þörfum til að fara aftur í $1\frac{3}{4}$ bolla af rjóma.

e) Undirbúið tóma botninn samkvæmt stöðluðum leiðbeiningum, en notaðu rjómann með innrennsli og minnkaðu sykurinn niður í $\frac{1}{4}$ bolla.

f) Geymið í kæli yfir nótt. Þegar þú ert tilbúinn til að búa til ísinn skaltu blanda blöndunni aftur með blöndunartæki þar til hún er mjúk og rjómalöguð.

g) Hellið í ísvél og frystið samkvæmt leiðbeiningum framleiðanda.

h) Rétt áður en ísinn er búinn að hrynja, stráið sriracha duftinu yfir og leyfið þeytaranum að dreifa flögunum. Ef sriracha er bætt við of snemma mun það endurvökva það og valda röndum af sriracha frekar en flögum.

i) Geymið í loftþéttu íláti og frystið yfir nótt.

19. Acadískt poppkorn

HRÁEFNI:

- 2 pund hráir krabbar (eða litlar rækjur)
- 2 stór egg
- 1 bolli þurrt hvítvín
- ½ bolli maísmjöl
- ½ bolli hveiti
- 1 msk ferskur graslaukur
- 1 hvítlauksgeiri, saxaður
- ½ tsk timjanblöð
- ½ tsk kirtill
- ½ tsk hvítlaukssalt
- ½ tsk svartur pipar
- ½ tsk cayenne pipar
- ½ tsk paprika
- olía til djúpsteikingar

LEIÐBEININGAR:

a) Skolaðu krækjuna eða rækjurnar í köldu vatni, tæmdu vel og settu til hliðar þar til þörf er á. Þeytið eggin og vínið í lítilli skál og geymið síðan í kæli. Í annarri lítilli skál skaltu sameina maísmjöl, hveiti, graslauk, hvítlauk, timjan, kervel, salt, pipar, cayenne pipar og papriku. Þeytið þurrefnunum smám saman út í eggjablönduna og blandið vel saman. Hyljið deigið sem myndast og látið það standa í 1-2 klukkustundir við stofuhita.

b) Hitið olíuna í hollenskum ofni eða djúpsteikingarvél í 375°F á hitamæli.

c) Dýfið þurru sjávarfanginu í deigið og steikið það í litlum skömmtum í 2-3 mínútur, snúið því þar til það er gullbrúnt í gegn.

d) Fjarlægðu krækjuna (eða rækjuna) með skeiðar og tæmdu hana vandlega á nokkrum lögum af pappírsþurrkum. Berið það fram á heitu fati með uppáhalds ídýfunni þinni.

20. <u>Sítrónu-pipar popp með parmesan</u>

Gerir: 4

HRÁEFNI:
- 4 bollar loftpoppað popp
- 2 matskeiðar rifinn parmesanostur
- $\frac{3}{4}$ tsk sítrónupiparkrydd

LEIÐBEININGAR:
a) Blandið öllu hráefninu saman í stóra skál.
b) Hrærið vel og berið fram strax.

21. Nori bang popp

Gerir: 6

Hráefni:

- Svart sesamfræ, ein matskeið
- Púðursykur, ein matskeið
- Salt, hálf teskeið
- Kókosolía, hálf teskeið
- Poppkorn, hálf bolli
- Smjör, tvær matskeiðar
- Nori þangflögur, ein matskeið

LEIÐBEININGAR:

a) Í stöpli og mortéli, malið nori þangflögurnar, sesamfræin, sykur og salt í fínt duft.

b) Bræðið kókosolíuna í stórum, þykkbotna potti.

c) Bætið við poppkornskjörnum, setjið lok yfir og eldið við meðalhita þar til þeir springa.

d) Bætið afgangnum af maísnum strax út í eftir að maísnum er spreytt, setjið lokið á og eldið, hristið pönnuna af og til þar til allir kjarnan eru sprungin.

e) Flyttu poppuðu maísnum yfir í stóra skál og helltu bræddu smjöri yfir ef þú notar það.

f) Stráið sætu og saltu nori blöndunni yfir og notaðu hendurnar til að blanda vel saman þar til hvert stykki er húðað.

g) Toppið með sesamfræjunum sem eftir eru.

22. Ketill maís & kossar

HRÁEFNI:

- Stór pottur með loki
- $\frac{1}{2}$ bolli poppkornskjarna
- $\frac{1}{4}$ bolli jurtaolía
- $\frac{1}{4}$ bolli hvítur sykur
- Salt eftir smekk
- $\frac{1}{2}$ bolli lítill súkkulaðibitar

LEIÐBEININGAR:

a) Hitið jurtaolíu í stórum potti.

b) Slepptu þremur poppkornskjörnum í olíu til að prófa hitastigið. Varist heitar olíuslettur!

c) Þegar kjarnarnir springa, bætið sykri út í olíu. Hrærið þar til sykur leysist upp, bætið svo við af poppkornskjörnum.

d) Hristið pottinn til að húða kjarnana með olíu/sykriblöndu. Lokið og haltu áfram að elda við meðalhita, lyftu og hristu pottinn oft til að koma í veg fyrir að popp brenni.

e) Þegar hægt er að hvessa í einn hvell á tveggja eða þriggja sekúndna fresti skaltu taka pottinn af hitanum og halda áfram að hrista pottinn þar til það hættir að springa.

f) Hellið strax í stóra skál, hrærið til að brjóta upp stóra kekki af poppkorni.

g) Saltið eftir smekk.

h) Bætið litlu súkkulaðiflögum við að hluta kælt popp. Hrærið til að hjúpa popp með súkkulaði.

i) Kælið alveg.

23. Hakka kryddpopp

Hráefni:

- Kryddblanda
- 2 matskeiðar jurtaolía
- $\frac{1}{2}$ bolli poppkornskjarna
- Kosher salt

LEIÐBEININGAR:

a) Í lítilli sauté pönnu eða pönnu skaltu sameina kryddin þín; stjörnuanísfræ, kardimommufræ, negull, piparkorn, kóríanderfræ og fennelfræ. Ristið kryddin í 5 til 6 mínútur.

b) Takið pönnuna af hellunni og flytjið kryddin yfir í mortéli og stafla eða kryddkvörn. Myldu kryddin í fínt duft og færðu í litla skál.

c) Bætið möluðum kanil, engifer, túrmerik og cayenne pipar út í og hrærið saman. Setja til hliðar.

d) Hitið wok yfir miðlungs-háan hita þar til það er rétt að byrja að reykja. Hellið jurtaolíu og ghee út í og hrærið til að húða wokið. Bætið 2 poppkornskjörnum í wokið og lokið.

e) Þegar þeir poppa, bætið restinni af kjarnanum út í og hyljið.

f) Hristið stöðugt þar til það hættir að springa.

g) Flyttu poppið í stóran pappírspoka. Bætið við 2 örlátum klípum af kosher salti og $1\frac{1}{2}$ matskeiðum af kryddblöndunni. Foldaðu pokanum saman og hristu!

24. Karamellu poppkornsklasar með ristuðum hnetum

Gerir: 3 pund

HRÁEFNI:

- 2¼ bollar (300 grömm) ristaðar jarðhnetur
- 3 örbylgjupokar (200 grömm) poppað popp
- 1¼ teskeiðar (6 grömm) matarsódi
- 1½ tsk (8 grömm) salt
- 1 bolli (200 grömm) sykur
- ¾ bolli (180 grömm) púðursykur
- ¼ bolli (84 grömm) hlynsíróp
- ¼ bolli (90 grömm) maíssíróp
- 6 matskeiðar (85 grömm) smjör

LEIÐBEININGAR:

a) Dreifið hnetunum á bökunarpappírsklædda ofnplötu. Hitið í ofni við 200°F. Settu síðan poppið í stóra skál við hliðina á eldavélinni. Blandið matarsódanum og salti saman í lítilli undirbúningsskál og setjið það við hliðina á eldavélinni.

b) Í þungum 4-lítra potti, hrærið saman sykri, púðursykri, hlynsírópi, maíssírópi og smjöri yfir lágum hita. Þegar það lítur út fyrir að allir sykurkristallar hafi bráðnað skaltu taka hræristokkinn út.

c) Penslið niður hliðar pottsins með vatni með hreinum sætabrauðsbursta þar til engir kristallar eru á hliðum pottsins.

d) Setjið sælgætishitamæli í pottinn og eldið án þess að hræra þar til blandan nær 290°F.

e) Takið pönnuna af hitanum og bætið matarsódanum og saltblöndunni saman við. Þetta mun valda því að karamellan freyðir upp, svo vertu viðbúinn því að hún hækki hratt. Haltu áfram að hræra þar til froðumyndunin minnkar aðeins. Hrærið svo heitum hnetunum saman við.

f) Dreifið karamellu-hnetublöndunni jafnt yfir poppið. Hrærðu poppinu hratt með því að nota 2 háhita hræristangir, þar til allt poppið er jafnhúðað.

g) Hellið karamellukorninu á sílikon bökunarmottu eða smjörpappír. Notaðu hræripinna til að slá poppinu létt niður í jafnt lag. Látið kólna, brjótið síðan í sundur í litla klasa.

25. Asian Fusion Party Mix

Gerir: um 11 bolla

HRÁEFNI:

- 6 bollar poppað popp
- 2 bollar stökkt konjac hrísgrjón morgunkornsferninga í bitastærð
- 1 bolli ósaltaðar ristaðar kasjúhnetur eða hnetur
- 1 bolli litlar kringlur
- 1 bolli wasabi baunir
- $1/4$ bolli vegan smjörlíki
- 1 matskeið sojasósa
- $1/2$ tsk hvítlaukssalt
- $1/2$ tsk kryddað salt

LEIÐBEININGAR

a) Forhitið ofninn í 250°F. Í 9 x 13 tommu bökunarpönnu skaltu sameina popp, morgunkorn, kasjúhnetur, kringlur og ertur.

b) Blandið saman smjörlíki, sojasósu, hvítlaukssalti og krydduðu salti í litlum potti. Eldið, hrærið, við meðalhita þar til smjörlíkið er bráðnað, um það bil 2 mínútur. Hellið poppblöndunni yfir, hrærið til að blandast vel. Bakið í 45 mínútur, hrærið af og til. Kælið alveg áður en það er borið fram.

26. Popp yfir landamærin

HRÁEFNI:

- ¼ bolli ópoppað maís (8 bollar poppað)
- 1 bolli rifinn Monterey Jack ostur
- 2 tsk chili duft
- 2 tsk paprika
- 2 tsk Malað kúmen

LEIÐBEININGAR:

a) Popp popp. Blandið kryddi út í rifna ostinn.

b) Stráið blöndunni yfir ókryddað popp og blandið þar til það hefur blandast vel saman.

27. Möndlu mokka popp

HRÁEFNI:

- ½ bolli sterkt kaffi
- ½ bolli hvítt maíssíróp
- ¼ bolli smjör
- 1 bolli púðursykur
- 1 matskeið kakó
- 1/2 bolli popp, poppað
- 1 bolli möndlur; ristaðar kótelettur

LEIÐBEININGAR:

a) Setjið kaffi, maíssíróp, smjör, púðursykur og kakó í þungan pott.

b) Eldið við vægan hita í 280~ á sælgætishitamæli.

c) Hellið poppuðu maísnum og möndlunum yfir

28. Möndlu karamellu popp

HRÁEFNI:

- 1 bolli Sykur
- $\frac{1}{2}$ bolli smjör
- $\frac{1}{2}$ bolli hvítt maíssíróp
- $\frac{1}{4}$ bolli Vatn
- 1 bolli möndlur; saxað & ristað
- $\frac{1}{2}$ tsk Vanilla
- $\frac{1}{2}$ bolli poppað popp

LEIÐBEININGAR:

a) Blandið saman sykri, smjöri, maíssírópi, vatni og möndlum í þungum potti.

b) Eldið við vægan hita í 280~ á sælgætishitamæli.

c) Bætið vanillu. Hrærið vel og hellið yfir poppaða maísinn.

29. <u>Makrónapopp</u>

HRÁEFNI:

- 3 lítrar poppað popp
- 1 bolli óbleikaðar heilar möndlur
- ½ bolli smjörlíki eða smjör
- ½ bolli Púðursykur pakkaður
- ½ bolli Amaretto

LEIÐBEININGAR:

a) Hitið ofninn í 250 F. Raðið poppkorni á 2 hlauprúllupönnur; stráið möndlum yfir poppið. Bræðið smjörlíki í litlum potti við lágan hita; hrærið púðursykrinum og amaretto saman við.

b) Látið suðuna koma upp, hrærið af og til. Sjóðið 3 mínútur.

c) Takið af hitanum. Hellið yfir popp; hristið þar til það er vel húðað.

d) Bakið við 200~ í 1 klukkustund; dreift á filmu eða vaxpappír til að kólna.

e) Geymið í lauslega lokuðum ílátum.

30. Apríkósupopp

HRÁEFNI:

- ¼ bolli smjör
- 2 matskeiðar apríkósuhlaup eða sulta
- 2 matskeiðar púðursykur
- ½ bolli poppað popp
- ½ bolli ristað kókoshneta
- ½ bolli ristaðar möndlur
- 1 bolli Þurrkaðar apríkósur smátt skornar

LEIÐBEININGAR:

a) Setjið smjörið, hlaupið og púðursykurinn í þungan pott.

b) Eldið við meðalhita að 235~ á sælgætishitamæli.

c) Hellið poppuðu maísnum, kókoshnetunni, möndlunum og apríkósunum yfir.

31. Geimfarapopp

HRÁEFNI:

- 8 bollar poppað popp
- ½ bolli Sykur
- ½ bolli Tang duftformaður appelsínudrykkur
- ⅓ bolli Létt maíssíróp
- ⅓ bolli Vatn
- ¼ bolli smjör
- ½ tsk appelsínuþykkni
- 1 tsk matarsódi

LEIÐBEININGAR:

a) Setjið popp í stórt smurt ofnmót. Blandið saman sykri, drekka blanda, síróp, vatni og smjöri á sér pönnu. Hrærið við meðalhita þar til sykurinn er uppleystur. Eldið þar til blandan nær 250 ~ á sælgætishitamæli, hrærið oft.

b) Takið af hitanum og hrærið appelsínuþykkni og matarsóda saman við.

c) Hellið poppinu yfir, blandið vel saman. Bakið í 1 klukkustund, hrærið af og til. Látið kólna alveg.

32. Beikonostapopp

HRÁEFNI:

- 4 lítrar poppað popp
- ⅓ bolli smjör bræt
- ½ tsk Kryddað salt
- ½ tsk Hickory-reykt salt
- ½ bolli amerískur ostur rifinn
- ⅓ bolli beikonbitar

LEIÐBEININGAR:

a) Hellið nýpoppuðu maís í stóra skál.

b) Blandið smjörlíki saman við hickory-reykt salti.

c) Hellið yfir popp; kastað vel til að húða.

d) Stráið osti og beikonbitum yfir.

e) Hrærið aftur og berið fram á meðan það er heitt.

33. Bayou popp

HRÁEFNI:

- 3 matskeiðar smjör; eða smjörlíki
- $\frac{1}{2}$ tsk Hvítlauksduft
- $\frac{1}{2}$ tsk cayenne pipar
- $\frac{1}{2}$ tsk paprika
- $\frac{1}{2}$ tsk Þurrkað timjan
- $\frac{1}{2}$ tsk Salt
- 12 bollar Poppað maís

LEIÐBEININGAR:

a) Í þungum potti, bræðið smjör yfir med. hita.

b) Hrærið öðru hráefni nema poppi saman við. Eldið í 1 mín.

c) Hellið poppinu yfir og hrærið þannig að það hjúpist jafnt. Ber fram í einu.

34. BBQ popp

HRÁEFNI:

- 6 matskeiðar heitt loftpoppað popp ⅓ bolli smjör
- 3 matskeiðar Chili sósa
- 1 tsk laukduft
- 1 tsk Chili duft ½ tsk Salt
- 2 matskeiðar rifinn parmesanostur

LEIÐBEININGAR:

a) Setjið popp í stóra skál. Bræðið smjörlíki í litlum potti.

b) Hrærið chilisósu, lauk og chilidufti og salti saman við.

c) Hellið chili-blöndunni smám saman yfir poppið, blandið vel saman.

d) Stráið osti yfir og blandið.

35. Buffalo Hot Corn

HRÁEFNI:

- 2 1/2 lítri poppað maís
- 2 bollar maísflögur örlítið brotnar
- 1 bolli þurrristaðar jarðhnetur
- ¼ bolli smjör
- 2 msk heit sósa í Louisiana-stíl
- 1 tsk sellerífræ
- ¼ teskeið salt

LEIÐBEININGAR:

a) Í litla skál, setjið 2 bolla poppað maís; setja til hliðar.

b) Blandið því sem eftir er af poppinu saman við maísflögur og hnetum.

c) Bræðið smjör með heitri sósu, sellerífræi og salti í litlum potti; hellið yfir popp/hnetublönduna og hrærið varlega til að hjúpa. Dreifðu á 15x10 tommu bökunarplötu.

d) Bakið við 350'F í 10 mínútur. Fjarlægðu af bökunarplötu í stóra framreiðsluskál. Kasta með hinum 2 bollum poppuðu maís.

e) Berið fram strax eða geymið í loftþéttum umbúðum.

36. Smjör Pecan popp

HRÁEFNI:

- 8 c poppað popp (um ⅓ til ½ bolli ópoppað)
- Non-stick úðahúð
- ½ bolli Brotnar pekanhnetur
- 2 matskeiðar Smjör
- ⅓ c Létt maíssíróp
- ¼ bolli Instant smjör pecan pudding Blanda
- ¼ tsk Vanilla

LEIÐBEININGAR:

a) Fleygðu ópoppuðum poppkornskjörnum.

b) Sprautaðu 17x12x2 tommu steikarpönnu með nonstick húðun.

c) Setjið poppað maís og pekanhnetur á pönnuna.

d) Haltu poppinu heitu í 300 gráðu heitum ofni í 16 mínútur og hrærðu í hálfa bakstur.

e) Fjarlægðu pönnuna úr ofninum.

f) Snúðu blöndunni á stórt stykki af filmu. Kældu poppið alveg.

g) Brjótið í stóra bita þegar það er kalt.

h) Geymið afganga af poppkorni, þétt þakið, á köldum, þurrum stað í allt að 1 viku.

37. Butterscotch Brownies A-Poppin

HRÁEFNI:

- 1 bolli dökk púðursykur, þétt pakkaður
- ¼ bolli jurtaolía
- 1 egg
- 1 tsk vanillu
- ¾ bolli fínmalað, poppað popp
- 1 tsk lyftiduft
- ½ tsk salt

LEIÐBEININGAR:

a) Forhita ofninn í 350? F (177°C). Smyrjið 8 tommu fermetra bökunarform.

b) Í stórri skál, hrærið saman púðursykri, olíu og eggi þar til það er slétt.

c) Blandið hnetum og vanillu saman við.

d) Blandið saman möluðu poppi, lyftidufti og salti.

e) Bætið við olíublönduna, hrærið vel.

f) Dreifið jafnt í smurða pönnuna.

g) Bakið í 20 mínútur eða þar til það er brúnt.

h) Skerið í ferninga á meðan það er heitt.

i) Gerir 16 brownies.

38. Butterscotch Popcorn Crunch

HRÁEFNI:

- ½ bolli Ópoppað popp
- 1 bolli Púðursykur pakkaður
- ½ bolli Létt maíssíróp
- ½ bolli smjör
- ¼ bolli Butterscotch franskar
- 1 tsk vanilluþykkni
- ½ tsk matarsódi
- ¼ tsk Salt
- 2 bollar valhnetur ristaðar

LEIÐBEININGAR:

a) Hitið ofninn í 250. Smyrjið 14x10 tommu steikarpönnu. Poppaðu poppið.

b) Setjið hnetur og popp í mjög stóra skál. Hitið púðursykur, maíssíróp og smjör að suðu, hrærið þar til sykurinn er uppleystur.

c) Lækkið hitann og eldið í 5 mínútur. Fjarlægðu af hitanum; hrærið smjörlíki, vanillu, matarsóda og salti saman við þar til það er blandað og slétt. Vinnið hratt og með því að nota tvær tréskeiðar hellið sírópi yfir popp og hnetur, hrærið til að húðin verði vandlega.

d) Hellið blöndunni í pönnu; bakið í 45 mínútur, hrærið af og til.

e) Takið úr ofninum, kælið blönduna á pönnu í um 15 mínútur. Snúðu blöndunni af pönnunni á filmu til að kólna alveg.

f) Brjótið popp í smærri bita; geyma í loftþéttum umbúðum á köldum þurrum stað í allt að 2 vikur. Gerir um 4 lítra.

39. Cajun popp

HRÁEFNI:

- ½ bolli smjör, bræott
- 2 tsk paprika
- 2 tsk sítrónupiparkrydd
- 1 tsk Salt
- 1 tsk Hvítlauksduft
- 1 tsk laukduft
- ¼ tsk Malaður rauður pipar
- 20 bollar poppað popp

LEIÐBEININGAR:

a) Hitið ofninn í 300. Í lítilli skál, blandið saman smjörlíki, papriku, sítrónupipar, salti, hvítlauksdufti, laukdufti og rauðum pipar.

b) Setjið popp í stóra bökunarpönnu; hellið smjörblöndunni yfir poppið og hrærið þar til það er vel húðað. Bakið í 15 mínútur, hrærið á 5 mínútna fresti.

c) Taktu úr ofninum; kólnar alveg. Geymið í loftþéttum umbúðum.

d) Poppað maís tekur allt að 37 sinnum meira pláss en ópoppað maís

40. Nammi Epli Popcorn kúlur

HRÁEFNI:

- 2 matskeiðar Smjör
- 2 matskeiðar Sykur
- 2 matskeiðar púðursykur
- $\frac{1}{4}$ bolli melass
- $\frac{1}{4}$ bolli hvítt maíssíróp
- $\frac{1}{4}$ tsk kanill
- $\frac{1}{8}$ tsk engifer
- DS negull
- $\frac{1}{2}$ bolli popp; poppaði
- 1 bolli valhnetur; kótelettur, ristaðar
- 1 bolli Þurrkuð epli; skera smátt

LEIÐBEININGAR:

a) Setjið smjör, sykur, púðursykur, melassa, maíssíróp, kanil, engifer og negul í þungan pott.

b) Eldið við meðalhita í 280~ á sælgætishitamæli.

c) Hellið poppuðu maísnum, valhnetunum og eplum yfir. Mótaðu kúlur.

41. <u>Karamellu popp</u>

HRÁEFNI:

- 2 bollar púðursykur
- $\frac{1}{2}$ bolli Dökkt maíssíróp
- 1 bolli smjör
- 1 tsk vanilluþykkni
- 1 pakki Tartarkrem
- Salt eftir smekk
- $\frac{1}{2}$ tsk matarsódi
- 8 lítrar popp; poppaði

LEIÐBEININGAR:

a) Blandið saman sykri, sírópi og smjöri í potti.

b) Látið suðuna koma upp og eldið í 5 mínútur.

c) Takið af hitanum og bætið við vanillu, vínsteinsrjóma, salti og matarsóda.

d) Hrærið þar til það verður ljósara á litinn og eykst að magni.

e) Hellið blöndunni yfir poppið og blandið saman.

f) Setjið í steikarpönnu.

g) Bakið við 200 gráður í 1 klukkustund og hrærið 2 eða 3 sinnum.

h) Hellið á vaxpappír og aðskilið til að kólna.

i) Gerir 8 lítra.

42. Cheddar popp

HRÁEFNI:

- ⅔c Ópoppað popp
- ⅓ c Smjör
- 1 bolli fínt rifinn cheddar ostur
- salt & pipar eftir smekk

LEIÐBEININGAR:

a) Poppaðu poppið. Bræðið smjörið.

b) Myldu smá pipar út í smjörið. Hrærið.

c) Setjið ostinn í poppið.

d) Hellið smjörblöndunni ofan á og saltið.

43. kirsuberjapopp

HRÁEFNI:

- 2½ fjórðu loftpoppað popp Sprey með smjörbragði
- 1 pakki hlaup með kirsuberjabragði

LEIÐBEININGAR:

a) Setjið popp í mjög stóra skál og úðið létt með smjörbragði olíu.

b) Stráið hlaupi yfir. Sett í 350 gráðu heitan ofn í fimm mínútur.

c) Gelatínið leysist örlítið upp og festist við poppið.

44. Kjúklingapopp

HRÁEFNI:

- 2-$\frac{1}{2}$ matskeiðar smjör
- 1 teningur kjúklingabaunir
- 2 lítrar poppað popp
- Salt eftir smekk

LEIÐBEININGAR:

a) Bræðið smjör við vægan hita. Leysið bouillon teninginn upp í bræddu smjöri.

b) Dreypið poppkorni yfir. Saltið eftir smekk. Gerir 2 lítra.

45. Chili popp

HRÁEFNI:

- 1 tsk Salt
- 1 tsk chili duft
- $\frac{1}{2}$ tsk Hvítlauksduft
- 1 tsk Malað kúmen
- 1 matskeið Þurrkaðar laukflögur
- Cayenne pipar eftir smekk
- $\frac{1}{2}$ bolli poppað popp
- Smjör eftir smekk

LEIÐBEININGAR:

a) Blandið saman salti, chiliduftí, hvítlauksduftí, kúmeni, laukflögum og cayenne og blandið vel saman.

b) Notaðu eina eða tvær teskeiðar á $\frac{1}{2}$ bolla maís, poppað með smjöri.

c) Hvað hefur eyru en heyrir ekki?

d) Stöngull af (poppandi) maís.

46. Kínverskt poppkornsgleði

HRÁEFNI:

- 2 1/2 lítri poppað popp
- 1 bolli Chow Mein núðlur, valfrjálst
- ½ bolli jarðhnetur
- ⅓ bolli hnetuolía
- 2 matskeiðar sojasósa
- 1 tsk fimm kryddduft
- ½ tsk hvítlauksduft
- ½ tsk sesamsalt eða salt
- ½ tsk malað engifer
- ¼ tsk cayenne pipar
- ⅛ teskeið sykur

LEIÐBEININGAR:

a) Haldið popp, núðlum og hnetum heitum.

b) Blandið öðrum hráefnum saman og blandið vandlega saman.

c) Hellið rólega yfir poppblönduna og hrærið til að blandast saman.

d) Hellið í stóra steikarpönnu. Hitið í 300 gráðu Fahrenheit ofni í 5-10 mínútur, hrærið einu sinni.

47. Súkkulaðikrem popp

HRÁEFNI:

- 2 lítrar Popped Corn
- 1 bolli Sykur
- ½ bolli Vatn
- ⅓ c maíssíróp
- ¼ tsk Salt
- 3 matskeiðar smjörlíki
- ⅓ c Súkkulaðibitar
- 1 tsk vanilluþykkni

LEIÐBEININGAR:

a) Smyrðu létt stóra skál; í það, setjið poppað maís. Blandið sykri, vatni, maíssírópi og salti í pott.

b) Eldið við meðalhita í 240 gráður F.

c) Bæta við smjörlíki; þegar það er brætt; bæta við súkkulaði. Hrærið vanillu út í.

d) Hellið heitu sírópi rólega yfir poppað maís og hrærið stöðugt í með tveimur gafflum.

e) Haltu áfram að hræra þar til maís er húðað og síróp missir gljáa.

f) Þegar blandan er köld; geyma í vel lokuðum ílátum.

48. <u>Súkkulaðigljáðir poppkornsferningar</u>

HRÁEFNI:

- 1 pk Örbylgjupoppað popp
- 2 matskeiðar Smjör
- 10 ½ aura Mini marshmallows
- ¼ bolli súkkulaði tilbúið til smurningar - frosting
- ½ bolli Saltar jarðhnetur
- ⅓ c Súkkulaði tilbúið til smurningar - frosting

LEIÐBEININGAR:

a) Smyrjið 9x13 tommu pönnu.

b) Fjarlægðu og fleygðu ópoppuðum kjarna úr poppkorni.

c) Setjið smjör í 4 lítra örbylgjuofn skál.

d) Örbylgjuofn, afhjúpuð, á HIGH, í um 30 sekúndur, eða þar til bráðið.

e) Hrærið í marshmallows og frosti þar til marshmallows eru húðuð.

f) Örbylgjuofn, án loks, 2-3 mínútur, hrært á hverri mínútu, bara þar til blandan er slétt.

g) Blandið hnetum og poppkornum saman við þar til það er húðað.

h) Þrýstið blöndunni í pönnu.

i) Smyrjið með súkkulaðigljáa; flott.

j) Skerið í stangir.

k) SÚKKULAÐIGLÁR: Setjið tilbúið til að dreifa frosti í litla örbylgjuskál.

l) Örbylgjuofn, á HIGH, um 30 sekúndur eða þar til það er rétt bráðnað.

49. Kanill Epli Popp

HRÁEFNI:

- 2 bollar Hakkað þurrkuð epli
- 10 bollar poppað popp
- 2 bollar Pecan helmingar
- 4 matskeiðar Smjör brætt
- 1 tsk kanill
- $\frac{1}{4}$ tsk Múskat
- 2 matskeiðar púðursykur
- $\frac{1}{4}$ tsk vanilluþykkni

LEIÐBEININGAR:

a) Hitið ofninn í 250 gráður. Setjið epli í stórt grunnt ofnmót. Bakið í 20 mínútur. Takið pönnuna úr ofninum og hrærið popp og hnetum saman við.

b) Blandið öðrum hráefnum saman í litla skál.

c) Dreypið smjörblöndu yfir poppblönduna, hrærið vel. Bakið í 30 mínútur, hrærið á 10 mínútna fresti.

d) Hellið á vaxpappír til að kólna. Geymið í loftþéttum umbúðum.

e) Gerir 14 bolla blanda.

50. CocoaPop Fudge

HRÁEFNI:

- 2 bollar Sykur
- 2 ferningur ósykrað súkkulaði
- $\frac{1}{4}$ bolli sykruð þétt mjólk
- $\frac{3}{4}$ bolli Vatn
- $1\frac{1}{2}$ bolli Poppað maís, saxað
- 1 matskeið Smjör
- Vanilla
- $\frac{1}{8}$ teskeið Salt

LEIÐBEININGAR:

a) Bræðið súkkulaði í potti. Bætið við sykri, mjólk, vatni, smjöri og salti.

b) Sjóðið að mjúku kúlustigi (234 - 238 F). Taktu úr eldi. Bætið við bragðefni og poppuðum maís.

c) Kældu niður í stofuhita. Hrærið þar til rjómakennt. Hellið á vel smurða, grunna pönnu. Skerið í ferninga.

51. Kókos pekan popp

HRÁEFNI:

- 16 bollar poppað popp
- 1 pakki Kókos-pecan frosting blanda
- ½ bolli smjör
- ¼ bolli Létt maíssíróp ⅓ bolli Vatn
- ½ tsk Salt
- ½ tsk matarsódi

LEIÐBEININGAR:

a) Hitið ofninn í 200 F. Skiptu poppkorninu á milli 2 ósmurð rétthyrnd pönnur. Hitið frostblönduna (þurrt), smjörlíki, maíssíróp, vatn og salt, hrærið af og til þar til það er freyðandi í kringum brúnirnar.

b) Haltu áfram að elda við meðalhita í 5 mínútur, hrærið af og til. Takið af hitanum. Hrærið matarsóda út í þar til froðukennt.

c) Hellið yfir popp. Hrærið þar til það er vel húðað. Bakið í 1 klukkustund, hrærið á 15 mínútna fresti. Geymið í loftþéttum umbúðum. Gerir 16 bolla.

52. Kókoshnetupoppbaka

HRÁEFNI:

- 2 lítrar poppað popp, ósaltað
- 1 dós (4 aura) kókosflöguð, ristuð
- 1 bolli sykur
- 1 bolli létt maíssíróp
- $\frac{1}{2}$ bolli smjör
- $\frac{1}{4}$ bolli vatn
- 2 tsk salt
- 1 tsk vanillu
- 1 lítri vanillu-, spumoni- eða smjörpekanís
- Sætir ferskir eða þíða frosnir ávextir eða súkkulaðisósa

LEIÐBEININGAR:

a) Blandið popp og kókos saman í stórri smurðri skál.

b) Blandið saman sykri, sírópi, smjöri eða smjörlíki, vatni og salti í potti.

c) Látið suðuna koma upp við lágan hita, hrærið þar til sykurinn leysist upp. Haltu áfram að elda þar til sírópið nær harða sprungustigi (290-295 gráður á Fahrenheit). Hrærið vanillu út í.

d) Hellið sírópi í fínum straumi yfir poppblönduna; hrærið þar til agnir eru jafnhúðaðar með sírópi.

e) Snúðu helmingnum af poppblöndunni á smurða 12 tommu pizzupönnu; dreift í þunnt lag sem hylur botn pönnu.

f) Merktu af í fleygalaga skammta. Endurtaktu með því að nota poppblönduna sem eftir er; flott. Hyljið eitt lag með ís; toppið með öðru lagi af poppkorni.

g) Geymið í frysti. Til að bera fram, skera í báta.

h) Berið fram venjulegt eða með æskilegum ávöxtum eða sósu.

53. Sprungur

HRÁEFNI:

- 1 bolli melass
- 1 bolli Sykur
- 3 lítrar poppað maís
- ½ tsk Salt
- 1 msk Smjör Bræðið smjör.

LEIÐBEININGAR:

a) Bætið við sykri, salti og melassa. sjóða að harðsprungustigi (285 - 290 F).

b) Hellið maís yfir, hrærið á meðan hellt er. Dreifið í þunn lög til að kólna.

c) Brotið í sundur.

54. Trönuberjapoppkornskúlur

HRÁEFNI:

- 2 bollar sykur
- 1 bolli frosið trönuberja-appelsínubragð
- $\frac{1}{2}$ bolli trönuberjasafi
- $\frac{1}{2}$ bolli létt maíssíróp
- 1 tsk edik $\frac{1}{2}$ tsk salt
- 5 lítrar ósaltað poppað popp

LEIÐBEININGAR:

a) Blandið öllu hráefninu, nema poppinu, saman í þungum potti. Látið suðuna koma upp; lækkið hitann og eldið í 250 gráður á Fahrenheit á sælgætishitamæli. Blandan mun kúla upp á pönnu, svo passaðu að sjóða ekki yfir. Hellið rólega yfir heitt popp og blandið þar til það er vel húðað. Látið standa í 5 mínútur eða þar til auðvelt er að mynda kúlur úr blöndunni. Smjörið hendur og mótið í 3 tommu kúlur.

55. Karrí parmesan popp

HRÁEFNI:

- ½ bolli smjör, bræatt
- ⅓ c Rifinn parmesanostur
- ½ tsk Salt
- ¼ tsk karrýduft
- 12 bollar popp (þegar poppað)

LEIÐBEININGAR:

a) Blandið saman smjörlíki, osti, salti og karrýdufti.

b) Hellið yfir popp; hósti

56. Drukknar poppkornskúlur

HRÁEFNI:

- 2 lítrar poppað popp
- $\frac{1}{2}$ bolli þurr viskí súr blanda (2 pakkar af einstökum drykkjarblöndu)
- $\frac{1}{2}$ bolli sykur
- $\frac{1}{4}$ teskeið salt
- $\frac{1}{4}$ bolli létt maíssíróp
- $\frac{1}{2}$ bolli vatn
- $\frac{1}{2}$ tsk edik

LEIÐBEININGAR:

a) Hitið ofninn í 250. Setjið popp í stóra 4 tommu djúpa smjörbökuðu bökunarpönnu. Haltu hita yfir.

b) Blandið öðrum hráefnum saman í stórum potti. Eldið þar til blandan nær 250 á sælgætishitamæli. Taktu popp úr ofninum. Hellið sírópblöndunni yfir poppið.

c) Blandið vel saman og mótið!!

57. Ávaxtaríkt poppbakað

HRÁEFNI:

- 7 bollar soðið popp
- 1 bolli Pecan bitar
- $\frac{3}{4}$ bolli niðursoðin rauð kirsuber
- $\frac{3}{4}$ bolli Púðursykur pakkaður
- 6 matskeiðar Smjör
- 3 matskeiðar Létt maíssíróp
- $\frac{1}{4}$ tsk matarsódi
- $\frac{1}{4}$ tsk Vanilla

LEIÐBEININGAR:

a) Fjarlægðu alla ópoppaða kjarna úr poppkorninu. Í 17x12x12 tommu bökunarpönnu skaltu sameina popp, pekanhnetur og kirsuber. Blandið saman púðursykri, smjöri og maíssírópi í 1 lítra potti.

b) Eldið og hrærið við meðalhita þar til smjörið bráðnar og blandan nær að sjóða. Eldið við lágan hita í 5 mínútur í viðbót.

c) Takið af hitanum. Hrærið matarsóda og vanillu saman við.

d) Hellið blöndu yfir popp; Hrærið varlega til að húða poppblönduna.

e) Bakið í 300 ~ ofni í 15 mínútur; hrærið.

f) Bakið 5-10 mínútur í viðbót. Takið poppið í stóra skál, kælið

58. Ávaxtaríkar poppkökur

HRÁEFNI:

- 1 bolli fínmalað poppað maís
- 1 bolli Sykur
- 1 bolli Fínt skornir þurrkaðir ávextir, hvers konar
- $\frac{1}{2}$ bolli Bráðið matfett
- $\frac{1}{4}$ bolli sykruð þétt mjólk
- $\frac{1}{4}$ bolli Vatn
- 1 egg, vel þeytt
- 1 bolli hveiti
- 1 bolli maísmjöl
- 1 tsk Salt
- $1\frac{1}{2}$ tsk Múskat
- 4ts lyftiduft

LEIÐBEININGAR:

a) Sigtið hveiti, mælið og sigtið með lyftidufti, múskati, salti og maísmjöli. Blandið saman styttingarsykri. Bætið eggi við.

b) Bætið við mjólk og vatni. Blandið vandlega saman. Bætið við hveitiblöndu, poppuðu maís og þurrkuðum ávöxtum.

c) Blandið vandlega saman. Snúið á létt hveitistráð borð. Rúllaðu í lak ⅓ tommu þykkt. Skerið með hveitistráðum skeri. Setjið á örlítið smurða bökunarplötu. Bakið í heitum ofni (425F) 10-12 mínútur.

59. Hvítlauks cheddar poppkornskúlur

HRÁEFNI:

- 50 geirar ferskur hvítlaukur
- 2 tsk Salt
- 4c rifinn Cheddar ostur
- 5 lítrar poppað maís

LEIÐBEININGAR:

a) Afhýðið hvítlaukinn og hakkið með salti til að koma í veg fyrir að hann festist og til að draga í sig hvítlaukssafa. Hrærið hvítlauk með osti. Í stórri gler- eða plastskál, gerðu til skiptis lög af poppuðu maís og hvítlauks-ostablöndu, húðaðu poppkorn eins jafnt og mögulegt er, sérstaklega við brún skálarinnar.

b) Sett í örbylgjuofn og eldað í 1 mínútu. Hristið skálina varlega; snúið við 180 gráður og eldið í 1 mínútu í viðbót. Ekki ofelda. Snúið strax út á kökuform og mótið fljótt í plómustærðar kúlur. Settu kúlur á blöð af vaxpappír. Gerir 4 tugi poppkornskúlna.

60. Gylltir poppkornsferningar

HRÁEFNI:

- 2 bollar Sykur
- $\frac{1}{2}$ bolli sírópsljós
- 1 bolli heitt vatn
- $\frac{1}{4}$ tsk Salt

LEIÐBEININGAR:

a) Sjóðið að mjúku kúlustigi. Bætið vanillu og sítrónusafa út í.

b) Hellið yfir 5 lítra af poppi, hitað með 1 bolli af hnetum eða 1 bolli af valhnetukjöti.

c) Hyljið með heitu sírópi.

d) Blandið saman og dreift. Skerið í ferninga.

61. Granola marr popp

HRÁEFNI:
- $\frac{1}{4}$ bolli smjör
- 3 matskeiðar hunang
- 3 matskeiðar púðursykur
- $\frac{1}{2}$ bolli poppað popp
- 1 bolli ristaðar hnetur
- 1 bolli Valshafrar
- 1 bolli ristað kókos
- 1 bolli rúsínur

LEIÐBEININGAR:

a) Setjið smjörið, hunangið og púðursykurinn í þungan pott.

b) Eldið við meðalhita þar til það er bráðnað.

c) Hellið poppuðum maís, hnetum, höfrum, kókos og rúsínum yfir.

d) Bakið við 300~ í 30 mínútur.

62. Granola poppstangir

HRÁEFNI:

- 2 lítrar poppað popp
- 1 bolli hunang
- 2 bollar Hafrar
- 1 bolli rúsínur
- ½c Hakkaðar döðlur
- 1 bolli Hakkaðar þurrristaðar jarðhnetur

LEIÐBEININGAR:

a) Hitið hunang í potti þar til það þynnist og hellist auðveldlega.

b) Setjið popp, hafrar, rúsínur og hnetur í stóra skál og blandið þar til það er blandað saman.

c) Hellið hunangi yfir blönduna og hrærið með tréskeið.

d) Þrýstið í smurða 9x13 tommu pönnu, hyljið með plastfilmu og kælið í nokkrar klukkustundir. Þrýstið vel á blönduna áður en hún er skorin í stangir.

e) Gerir 12.

63. Uppskeru/haust popp

HRÁEFNI:

- ⅓ bolli bráðið smjör
- 1 tsk þurrkað dill illgresi
- 1 tsk sítrónupiparmarinering
- 1½ tsk Worcestershire sósa
- ½ tsk laukduft
- ½ tsk hvítlauksduft
- ½ tsk salt
- 2 lítrar poppað popp
- 2 bollar kartöflur
- 1 bolli af blönduðum hnetum

LEIÐBEININGAR:

a) Blandið fyrstu 7 hráefnunum saman og blandið vel saman. Bætið öðru hráefni við.

b) Hristið/Hristið þar til það hefur blandast vel saman.

c) Dreifið á kökuplötu.

d) Bakið í forhituðum 350 ofni í 6-10 mínútur eða þar til þær eru ljósbrúnar, hrærið einu sinni. njóttu!!!

64. Hawaiian Popcorn Mix

HRÁEFNI:

- 3 bollar Honey Graham korn
- 1 bolli Saltar jarðhnetur
- 1 bolli rúsínur
- 1 bolli þurrkaðir bananaflögur
- 2 matskeiðar Smjörlíki eða smjör
- 2 matskeiðar hunang
- $\frac{1}{2}$ tsk kanill
- $\frac{1}{4}$ tsk Salt
- 4 bollar Poppað popp
- 1 bolli kókosflöguð

LEIÐBEININGAR:

a) Hitið ofninn í 300F.

b) Blandið saman morgunkorni, hnetum, rúsínum og bananaflögum í hlauppönnu.

c) Hitið smjörlíki og hunang á pönnu við vægan hita þar til smjörlíkið bráðnar.

d) Hrærið kanil og salti saman við. Hellið kornblöndunni yfir.

e) Hrærið þar til það er jafnhúðað. Bakið í 10 mínútur, hrærið einu sinni. Hrærið popp og kókos saman við.

f) Stráið meira salti yfir ef vill. Geymið í loftþéttum umbúðum. Gerir 10 bolla.

65. Himneskt hasspoppkorn

HRÁEFNI:

- ¼ bolli smjör
- 1 bolli súkkulaðibitar
- 1 bolli ristaðar pekanhnetur
- 6 bollar poppað popp
- 4 bollar Miniature marshmallows

LEIÐBEININGAR:

a) Setjið smjör, súkkulaði og pekanhnetur í þungan pott.

b) Eldið við vægan hita þar til bráðið, hrærið oft til að koma í veg fyrir að brenni. Hellið poppuðu maísnum og marshmallows yfir.

c) Hrærið vel saman. Dreifið á smurða kökuplötu og kælið í kæli.

d) Fyrir afbrigði gætirðu viljað skipta út smjörlíki eða nota beiskt súkkulaði. Hvítir súkkulaðibitar í staðinn fyrir franskar mynda fallegt hvítt nammi sem hægt er að lita og móta í form kökuform. Einnig er hægt að nota jógúrtkonfekthúð til að fá meira piquant bragð.

66. Hátíðarpoppkornskúlur

HRÁEFNI:

- ½ pt Karo síróp
- 1 1/2 pkt púðursykur
- 2 matskeiðar Smjör
- 1 tsk edik
- ½ tsk matarsódi
- 6 lítrar popp um

LEIÐBEININGAR:

a) Hitið blönduna þar til hún harðnar þegar hún er látin falla í vatn.

b) Færðu aftan á eldavélina, bætið matarsóda uppleystu í 1 t af vatni og stingið yfir franskt popp.

c) Gerir um 3 tugi kúla.

67. Hunang Pecan popp

HRÁEFNI:

- 3 lítrar poppað popp (engin kjarna)
- 2 bollar pecan helminga
- ½ bolli hunang
- ½ bolli smjör eða smjörlíki
- 1 tsk vanillu

LEIÐBEININGAR:

a) Forhitaðu ofninn í 350 gráður F.

b) Sameina popp og hnetur í stórri hitaþolinni skál; setja til hliðar.

c) Blandið smjöri, hunangi og vanillu saman í lítinn pott.

d) Eldið við meðalhita þar til smjörið bráðnar.

e) Hellið hunangsblöndu yfir poppblönduna.

f) Hrærið þar til blandast saman. Skiptið blöndunni og setjið á 2 bökunarplötur.

g) Bakið í 15 mínútur, hrærið á 5 mínútna fresti, þar til það er ljós gullbrúnt.

68. Heitt sinnepspopp

HRÁEFNI:

- 2 lítrar popp poppað í $\frac{1}{4}$ bolla olíu
- 1 tsk sinnep (þurrt)
- $\frac{1}{2}$ tsk timjan
- $\frac{1}{4}$ tsk malaður svartur pipar

LEIÐBEININGAR:

a) Haltu poppinu heitu.

b) Blandið kryddi saman við.

c) Bætið við poppað popp og blandið vel saman.

69. Ís poppkorn

HRÁEFNI:

- 2 1/2 lítri poppað popp
- $1\frac{1}{2}$ bolli ljós púðursykur
- $\frac{3}{4}$ bolli dökkt maíssíróp
- $\frac{1}{2}$ bolli smjör
- 1 matskeið edik
- $\frac{1}{2}$ tsk salt
- 16 aura pakka súkkulaðistykki
- $\frac{1}{2}$ bolli saxaðar valhnetur
- 2 pints vanilluís í múrsteinsstíl.

LEIÐBEININGAR:

a) Haltu poppinu heitu. Í þriggja lítra potti blandið saman púðursykri, maíssírópi, smjöri, ediki og salti. Eldið og hrærið þar til sykur leysist upp.

b) Haltu áfram að elda þar til hörkuboltastigið (250 gráður á Fahrenheit á sælgætishitamæli). Hellið sírópi yfir poppað popp; járn til að húða.

c) Bætið súkkulaðibitum og hnetum við; hrærið bara til að blanda saman. Hellið í tvær 13 x 9 x 2 tommu pönnur, dreifið og pakkið þétt saman.

d) Flott. Skerið 12 ferhyrninga í hverja pönnu. Skerið hvern lítra af ís í 6 sneiðar. Samlokuís á milli tveggja poppkornsferhyrninga.

70. Jamaíkanskt poppkorn

HRÁEFNI:

- 3 matskeiðar Smjör
- 1 matskeið Malað kúmen
- 1 matskeið Sykur
- ½ msk Þurrkaðar rauðar piparflögur
- 8c Poppað maís

LEIÐBEININGAR:

a) Í þungum potti, bræðið smjör yfir med. hita.

b) Hrærið öðru hráefni nema poppi saman við.

c) Eldið, hrærið stöðugt, þar til sykurinn leysist upp.

d) Hellið yfir popp; kastað til að húða jafnt.

e) Ber fram í einu.

71. <u>Jelly Bean Popcorn Heaven</u>

HRÁEFNI:

- 6 - 8 bollar popp
- 1 krukka (7 aura) marshmallow krem
- ½ bolli hnetusmjör
- 1 bolli litlar hlaupbaunir

LEIÐBEININGAR:

a) Blandið saman marshmallow rjóma og hnetusmjöri í stórri skál.

b) Hrærið popp og hlaupbaunum saman við þar til þær eru jafnhúðaðar.

c) Þrýstið blöndunni í smurt 9 tommu fermetra bökunarform.

d) Geymið í kæli þar til það er stíft, um 4 klst. Skerið í ferninga.

72. Frumskógarpopp

HRÁEFNI:

- 8 bollar popp
- ½ bolli hunang
- ½ bolli smjör
- 1 tsk kanill
- 1 lítill aski dýrakex

LEIÐBEININGAR:

a) Hitið ofninn í 300 gráður. Setjið popp í stóra smurða steikarpönnu. Bræðið hunang, smjör og kanil á lítilli pönnu við vægan hita. Dragðu hunangsblöndu yfir popp. Hrærið til að hjúpa vandlega.

b) Bakið í 10 til 15 mínútur, hrærið á 5 mínútna fresti.

c) Takið úr ofninum. Setjið í stóra skál og kælið. Kasta í dýrakex.

d) Örbylgjuofn: Setjið hunang, smjör og kanil í 2 bolla glasamál. Örbylgjuofn á háu þar til bráðnar. Haldið áfram eins og að ofan.

73. Kemtuky Pralines popp

HRÁEFNI:

- 4 lítrar Poppað ljós saltað popp
- 2 bollar saxaðar pekanhnetur
- $\frac{3}{4}$ bolli smjör
- $\frac{3}{4}$ bolli púðursykur

LEIÐBEININGAR:

a) Blandið poppkorni og pekanhnetum saman í lg skál eða rist.

b) Blandið smjöri og púðursykri saman í potti. Hitið, hrærið poppblönduna.

c) Blandið vel saman til að hjúpa.

74. Kiddie Popcorn crunch

HRÁEFNI:

- 1 bolli Púðursykur
- 3 matskeiðar Vatn
- 1 matskeið Smjör
- Dapur af salti
- 2-3 dropar matarlitur

LEIÐBEININGAR:

a) Blandaðu innihaldsefnum í mjúkan kúlustig (225 F) á sælgætishitamæli.

b) Hellið einni lotu af poppi yfir (um 8-10 bolla), blandið hratt og vel saman.

c) Ef þú eldar of mikið mun það hafa grittari sykuráferð.

75. sítrónupopp

HRÁEFNI:

- $\frac{1}{4}$ bolli maísolía
- $\frac{3}{4}$ bolli hvellur maís
- Börkur af 1 sítrónu
- Salt
- 2 matskeiðar sítrónusafi
- 2 matskeiðar Brædd smjör

LEIÐBEININGAR:

a) Hitið maísolíu yfir háum hita í stórum þungum potti þar til olían rýkur. Bætið 1 kjarna út í og hitið þar til kjarninn springur.

b) Bætið restinni af maísnum út í, setjið lok á pottinn og hristið varlega þar til maís byrjar að poppa. Hristið kröftuglega þar til hvellurinn minnkar.

c) Takið af hitanum. Blandið sítrónusafa saman við bræddu smjöri.

d) Kasta popp með sítrónuberki, salti og smjöri/sítrónusafa.

76. <u>Lakkríspopp</u>

HRÁEFNI:

- 16 bollar poppað popp
- 1 bolli Sykur
- $\frac{1}{4}$ bolli púðursykur
- $\frac{1}{4}$ bolli Vatn
- $\frac{1}{2}$ bolli Létt maíssíróp
- $\frac{1}{4}$ bolli smjör
- $\frac{1}{2}$ tsk matarsódi
- $\frac{1}{2}$ tsk Anís þykkni
- 1 msk svartur matarlitur

LEIÐBEININGAR:

a) Setjið popp í stóra smurða bökunarform. Setjið sykurinn, vatnið og maíssírópið í þunga pönnu yfir miðlungs hita og hrærið.

b) Eftir að blandan hefur soðið, skafðu hliðarnar á pönnunni.

c) Setjið sælgætishitamæli á pönnuna og eldið, án þess að hræra frekar, að 250 F. Takið pönnuna af hitanum og hrærið smjöri, matarsóda, anísþykkni og matarlit saman við.

d) Hellið poppinu yfir, blandið vel saman. Bakið, án loks, í 1 klukkustund, hrærið af og til. Geymið í loftþéttum umbúðum þegar það er kólnað.

77. LolliPopCorn óvart

HRÁEFNI:

- 7c Poppað maís
- 3 c Miniature marshmallows
- 2 matskeiðar Smjör
- ¼ tsk Salt
- Matarlitur
- 8 sleikjóar

LEIÐBEININGAR:

a) Mælið poppað maís í stóra, smurða skál.

b) Hitið marshmallows, smjör og salt við vægan hita, hrærið oft þar til bráðið og slétt.

c) Bætið við matarlit.

d) Hellið yfir poppað maís og hrærið varlega.

e) Mótaðu sleikjóa í 3 tommu kúlur.

78. Mac Corn Roon kex

HRÁEFNI:

- 1 bolli popp poppað (fjarlægðu alla -harða kjarna)
- 1 bolli valhnetur smátt saxaðar
- 3 eggjahvítur
- 1 bolli Púðursykur
- $\frac{3}{4}$ tsk Vanilla

LEIÐBEININGAR:

a) Setjið popp í blandara og saxið fínt. Blandið saman í skál með hnetum.

b) Þeytið eggjahvítur þar til þær freyða, bætið síðan sykri út í og þeytið þar til þær eru stífar.

c) Blandið vanillu saman við og blandið varlega saman við popp og hnetur.

d) Setjið með skeið á létt smurða kökuplötu. Bakið í 300 gráðu heitum ofni í 30 til 35 mínútur.

79. Mapled Corn Squares

HRÁEFNI:

- 1 bolli hlynur eða púðursykur
- $\frac{1}{4}$ bolli hlynsíróp
- $\frac{1}{2}$ bolli Vatn
- 1 tsk Salt
- 1 matskeið Smjör
- 1 lítri poppað maís

LEIÐBEININGAR:

a) Sjóðið sykur, síróp, vatn og salt í 280 (brothætt).

b) Bætið smjöri út í og eldið rólega í 294 gráður.

c) Á meðan er poppað maís malað gróft í gegnum kjötkvörn eða saxað smátt.

d) Þegar sírópið er soðið, takið það af hitanum og hrærið poppkorninu saman við. Hellið á smurt hlauprúllupönnu.

e) Rúllaðu með olíuborinni kökukefli. Skerið í ferninga eða stangir.

80. <u>Marshmallow Creme popp</u>

HRÁEFNI:

- 8 bollar poppað popp
- 1 bolli uppblásið hrísgrjón
- 3 matskeiðar smjör
- 7 aura krukku marshmallow krem

LEIÐBEININGAR:

a) Sameina popp og morgunkorn í stórri, smurðri skál. Bræðið smjör í miðlungs potti við lágan hita. Takið af hitanum. Hrærið marshmallow kreminu saman við. Hellið poppblöndunni yfir. Hrærið til að húðin verði jafnt. Þrýstið blöndunni í smurt 9 tommu fermetra bökunarform. Kælið þar til það er stíft, um fjórar klukkustundir. Skerið í stangir.

81. Svepspopp

HRÁEFNI:

- ½ bolli smjör
- 1 matskeið Þurrkaðar laukflögur
- 1 msk Þurrkaðar paprikuflögur
- Nokkrir þurrkaðir sveppir skornir smátt
- ½ bolli poppað popp
- Salt

LEIÐBEININGAR:

a) Bræðið smjörið í þungum potti. Bætið við laukflögum, paprikuflögum og þurrkuðum sveppum. Hrærið við meðalhita í nokkrar mínútur. Hellið poppuðu maísnum yfir. Bætið salti við.

82. Nacho popp

HRÁEFNI:

- 3 lítrar popp
- 2 bollar maísflögur
- $\frac{1}{4}$ bolli smjör
- 1 1/2 tsk mexíkóskt krydd
- $\frac{3}{4}$ bolli Ostur, taco, rifinn

LEIÐBEININGAR:

a) Hitið ofninn í 300 F. Dreifið poppkorni og maísflögum í grunnu bökunarpönnu klædd álpappír. Bræðið smjör á lítilli pönnu. Hrærið mexíkósku kryddi saman við. Hellið poppblöndunni yfir og hrærið vel.

b) Stráið osti yfir og blandið saman. Bakið í 5 til 7 mínútur þar til osturinn er bráðinn.

c) Ber fram í einu.

83. Appelsínugult sykurpopp

HRÁEFNI:

- ⅔ bolli appelsínusafi
- 1 ¼ bolli sykur
- ⅛bolli Hvítt maíssíróp
- 1 appelsína; skortur af þakklæti
- ½ bolli poppað popp

LEIÐBEININGAR:

a) Setjið appelsínusafann, sykur, maíssíróp og börk í þungan pott.

b) Eldið við vægan hita í 280~ á sælgætishitamæli.

c) Hellið yfir poppað maís.

84. Parmesan graslaukur popp

HRÁEFNI:

- ⅔ c Popp
- ⅓ c Smjör
- ½ bolli ferskur graslaukur
- 1 bolli fínt rifinn parmesanostur
- salt og pipar

LEIÐBEININGAR:

a) Poppaðu poppið. Bræðið smjörið. Myldu piparinn í smjörið, (eins mikið og þú vilt).

b) Saxið graslaukinn niður og stráið ofan á poppinu ásamt rifnum osti.

c) Dreypið smjörblöndunni yfir poppið og saltið.

85. Hnetusmjörspopp

HRÁEFNI:

- 2 kvarts poppað maís
- ½ bolli sykur
- ½ bolli Létt maíssíróp
- ½ bolli hnetusmjör
- ½ tsk Vanilla

LEIÐBEININGAR:

a) Blandið saman sykri og maíssírópi.

b) Eldið að rúllandi suðu.

c) Takið af hitanum.

d) Bætið hnetusmjöri og vanillu út í.

e) Hrærið þar til hnetusmjör er bráðið.

f) Hellið poppinu yfir og hrærið þar til það er vel húðað.

86. Hnetusmjörspoppbollar

HRÁEFNI:

- 2 lítrar poppað popp
- 1 bolli létt maíssíróp
- $\frac{3}{4}$ bolli rjómalagt hnetusmjör
- $\frac{1}{4}$ bolli hálfsætir súkkulaðibitar
- Litlir hnetusmjörsbollar, súkkulaðistjörnur, smákonfekthúðuð súkkulaði, nammihúðaðar jarðhnetur

LEIÐBEININGAR:

a) Setjið poppað popp í stóra skál. Hitið maíssíróp í lítilli pönnu að suðu; sjóða 3 mínútur.

b) Takið af hitanum. Hrærið hnetusmjör og súkkulaðibitum saman við þar til það er næstum slétt. Hellið sírópblöndu yfir popp; kastað vel til að húða.

c) Látið kólna í um 8 mínútur.

d) Notaðu hrúgaðri matskeið til að móta poppblönduna í kúlu.

e) Fletjið örlítið út og gerið dæld í miðjuna með þumalfingri.

f) Setjið á létt smurða vaxpappírsklædda ofnplötu. Fylltu hverja miðju með áleggi sem þú vilt.

g) Geymið í vel lokuðum umbúðum.

87. Piparmyntukonfektpopp

HRÁEFNI:

- ½ bolli Vatn
- 1 bolli Sykur
- 3/8 bolli hvítt maíssíróp
- 1 matskeið Smjör
- Olía af piparmyntu
- 2 dropar matarlitur
- ½ bolli popp – poppað

LEIÐBEININGAR:

a) Setjið vatnið, sykur, maíssíróp og smjör í þungan pott.

b) Eldið við vægan hita í 280~ á sælgætishitamæli.

c) Bætið við olíunni eftir smekk og matarlitnum.

d) Hrærið vel og hellið yfir poppaða maísinn.

88. Piparríkt poppkorn

HRÁEFNI:

- 2 matskeiðar maísolía
- 2 hvítlauksgeirar, klofnir
- Salt
- Malaður pipar
- 2 matskeiðar Smjör, bræTt
- 2 matskeiðar Ólífuolía
- $\frac{3}{4}$ bolli hvellur maís
- 1 hvítlauksgeiri, saxaður
- $\frac{1}{4}$ tsk cayenne pipar
- $\frac{1}{4}$ bolli heit piparsósa

LEIÐBEININGAR:

a) Í stórum þungum potti, hitið maísolíu og ólífuolíu yfir háum hita þar til olían rýkur.

b) Bætið 1 kjarna út í og hitið þar til kjarninn springur.

c) Bætið klofnum hvítlauksrifum og restinni af maísnum út í, setjið lok á pottinn og hristið varlega þar til maís byrjar að poppa.

d) Hristið kröftuglega þar til hvellurinn minnkar.

e) Takið af hitanum. Fjarlægðu hvítlauk.

f) Blandið heitri piparsósu saman við bræddu smjöri.

g) Hrærið popp með hakkaðri hvítlauk, cayenne, svörtum pipar, salti og heitum pipar/smjöri.

89. Pestó popp

HRÁEFNI:

- 5 lítra poppað popp
- $\frac{1}{2}$ bolli bræett smjör
- 1 matskeið þurrkuð basilíkublöð, mulin
- 1 tsk þurrkuð steinselja, mulin
- 1 tsk hvítlauksduft
- ⅓ bolli parmesanostur
- $\frac{1}{2}$ bolli furuhnetur

LEIÐBEININGAR:

a) Setjið poppað popp í stóra skál og haldið heitu.

b) Bræðið smjörið í litlum potti; bætið við basil, steinselju, hvítlauk, parmesanosti og hnetum. Hrærið til að blanda saman.

c) Hellið poppuðu poppinu yfir, hrærið vel.

90. Pina Colada popp

HRÁEFNI:

- 8c Poppað popp
- 2 matskeiðar Smjör
- ⅓ c Létt maíssíróp
- ¼ bolli Instant Coconut Cream Pudding
- ¾ tsk rommþykkni
- ½ bolli Hægeldaður þurrkaður eða niðursoðinn ananas
- ½ bolli Kókoshneta, ristuð

LEIÐBEININGAR:

a) Til að rista kókos, smyrðu kókos í þunnt lag á grunnu ofnplötu. Bakið í 250 gráðu heitum ofni í 6 til 7 mínútur eða þar til ljósbrúnt er, hrærið oft.

b) Fjarlægðu alla ópoppaða kjarna úr poppkorninu.

c) Settu poppað popp í smurt 17x12x2 tommu bökunarform. Haltu poppinu heitu í 300 gráðu heitum ofni á meðan þú gerir hjúpinn. Bræðið smjörið eða smjörlíkið í litlum potti.

d) Takið pottinn af hitanum. Hrærið maíssírópinu, puddingblöndunni og rommþykkni út í. Taktu popp úr ofninum.

e) Hellið sírópsblöndunni yfir poppið. Með stórri skeið, kastaðu varlega poppinu með sírópinu til að hjúpa. Bakið popp, afhjúpað, í 300 gráðu heitum ofni í 15 mínútur.

f) Takið poppið úr ofninum og hrærið þurrkuðum ananas og kókos saman við.

g) Bakaðu poppblönduna, afhjúpað, 5 mínútur í viðbót.

h) Snúðu blöndunni á stórt stykki af filmu. Kældu blönduna alveg.

91. Pikant popp

HRÁEFNI:

- 2 matskeiðar maísolía
- 2 hvítlauksrif, mulin
- 1 ½ tommu stykki engiferrót, skrældar, saxaðar
- 1 bolli Popping korn
- ¼ bolli smjör
- 2 tsk Hot chili sósa
- 2 matskeiðar Hakkað fersk steinselja
- Salt eftir smekk

LEIÐBEININGAR:

a) Hitið olíu í potti.

b) Bætið við 1 geira af pressuðum hvítlauk, engifer og maís. Hrærið vel saman.

c) Lokið og eldið við miðlungsháan hita í 3-5 mínútur, haltu lokinu þéttu og hristu pönnuna oft þar til það hættir að springa.

d) Snúðu poppuðu maís á fat, fargaðu öllum ópoppuðum maískjörnum.

e) Bræðið smjör á pönnu. Hrærið restinni af pressuðum hvítlauk og chilisósu saman við.

f) Settu maís aftur á pönnuna og hrærðu vel þar til það er jafnt húðað með blöndu. Bætið steinselju og salti út í og hrærið vel.

g) Breyttu í framreiðslurétt. Berið fram heitt eða kalt.

92. Pizza Popp

HRÁEFNI:

- 2 matskeiðar Rifinn parmesanostur
- 1 tsk Hvítlauksduft
- 1 tsk ítalskt kryddjurtakrydd
- 1 tsk paprika
- ½ tsk Salt
- pipar
- 2 lítrar heitt popp

LEIÐBEININGAR:

a) Blandið saman osti, hvítlauksdufti, ítölsku kryddi, papriku, salti og pipar í um 3 mínútur í blandara.

b) Settu popp í stóra skál; stráið ostablöndu yfir.

c) Kasta til að húða jafnt.

93. <u>Popp í Koolaid-stíl</u>

HRÁEFNI:

- 2 bollar sykur
- 1 bolli létt maíssíróp
- ⅔ bolli smjör
- 2 Kool-Aid pakkar (ósykrað)
- 1 tsk matarsódi
- 6 lítrar af poppuðu poppi

LEIÐBEININGAR:

a) Blandið saman sykri, maíssírópi og smjöri í meðalstórri sósu.

b) Eldið við meðalhita þar til blandan nær suðu; sjóða 3 mínútur. Hrærið matarsóda og Kool-Aid saman við.

c) Hellið yfir popp.

d) Bakið við 225 gráður í 45 mínútur, hrærið á 10 mínútna fresti.

e) Takið úr ofninum og brotið strax í sundur. Ef þú ert fljótur má pressa poppið í skrautform.

94. Poppkornsklasar

HRÁEFNI:

- 8c Poppað maís
- 1 bolli Sykur
- ⅓ c Létt maíssíróp
- ⅓ c Heitt vatn
- ⅛ teskeið Salt
- ½ tsk Vanilla
- 1 pund súkkulaðihúð

LEIÐBEININGAR:

a) Mældu poppað maís í stóra skál. Blandið saman sykri, sírópi, vatni og salti í litlum potti.

b) Lokið vel og látið suðuna koma upp.

c) Takið lokið af og bætið hitamælinum við.

d) Eldið í 270 gráður; takið af hitanum og hrærið vanillu út í.

e) Hellið soðnu sírópi yfir kornið, hrærið til að hjúpa maís. Kældu alveg og keyrðu síðan í gegnum matarhakka.

f) Bræðið súkkulaðihjúp ofan á tvöföldum katli. Hrærið möluðu poppkorni í súkkulaði, notaðu eins mikið popp og súkkulaðið tekur.

g) Pakkaðu í súkkulaðifóðruð mót eða rúllaðu út á milli vaxpappírs og skerðu í form með kökusköku eða hnífum. Gerir um 50 stykki.

95. Poppkorn heystaflar

HRÁEFNI:

- 1 lítri poppað popp
- 1 bolli jarðhnetur
- 3 aura Chow Mein núðlur
- 12 aura súkkulaðibitar

LEIÐBEININGAR:

a) Kasta poppuðu maís, hnetum og cm núðlum saman í lg skál

b) Setja til hliðar.

c) Setjið Choco franskar í glerskál.

d) Örbylgjuofn á miðlungs hátt í 3 mín.

e) Hellið poppblöndunni yfir.

f) Hrærið þar til það hefur blandast vel saman.

g) Setjið skeið af blöndunni sem er kastað á vaxpappír.

h) Kælið þar til það er stíft.

i) Geymið í vel lokuðum umbúðum.

96. Popp hunangskúlur

HRÁEFNI:

- 1 1/2 lítri Ósmjört poppað maís, -saltað
- ½ bolli púðursykur
- ½ bolli Kornsykur
- ¼ bolli hunang
- ⅓ c Vatn
- 1 matskeið Smjör

LEIÐBEININGAR:

a) Settu poppað maís í ofninn til að halda hita. Blandið saman sykri, hunangi og vatni í smurðri 2 lítra þungbotna potti. hitið hægt og hrært þar til sykurinn er uppleystur.

b) Eldið að þéttu kúlustigi (248 gráður).

c) Bætið smjöri út í og hrærið aðeins nóg til að blandast saman. Hellið sírópinu hægt yfir poppið, blandið saman. Mótið kúlur með smjöruðum höndum.

d) Gerir um 12.

97. Ítalskt popp

HRÁEFNI:

- 2 matskeiðar Smjör
- 1 hvítlauksgeiri, saxaður
- ½ tsk Þurrkuð oregano lauf
- 8c Heitt popp
- 2 matskeiðar rifinn parmesanostur

LEIÐBEININGAR:

a) Í 1 1/2 lítra pönnu yfir miðlungs háum hita, í heitu smjöri, eldið hvítlauk með oregano.

b) Í stórri skál, dreypið smjörblöndu yfir popp; hrært með osti.

98. Popcorn makrónur

HRÁEFNI:

- 3 eggjahvítur
- Salt
- ½ tsk lyftiduft
- 1 bolli kókos; ristað
- 1 bolli popp; poppað-hakkað í blandara

LEIÐBEININGAR:

a) Þeytið eggjahvítur þar til þær eru froðukenndar og bætið salti og lyftidufti út í. þeytið þar til það er stíft.

b) Blandið ristuðu kókosnum og söxuðu poppuðu maísnum saman við.

c) Setjið teskeiðar á smurðar kökur.

d) Bakið við 350 ~ í 15 mínútur, þar til það er léttbrúnað.

99. Poppkornsmuffins

HRÁEFNI:

- 1 $\frac{1}{2}$ bolli hveiti
- 1 matskeið Sykur
- $\frac{3}{4}$ bolli Malaður poppaður maís
- 2 matskeiðar Bráðin stýting
- 3 tsk lyftiduft
- 1 bolli Mjólk
- 1 tsk Salt
- 1 egg, vel þeytt

LEIÐBEININGAR:

a) Sigtið hveiti, mælið og sigtið með lyftidufti, salti og sykri.

b) Bætið við mjólk, poppuðu maís, eggi og matvælum.

c) Fylltu vel smurð muffinsform ⅔ fullt.

d) Bakið í heitum ofni (435ø F) í 25 mínútur. 6 skammtar.

100. Popp á staf / Popsicle Style

HRÁEFNI:

- 16 teini/trépinnar
- ⅔ bolli ópoppað popp
- 1 bolli jarðhnetur
- 1 bolli melass
- 1 bolli sykur
- 1 tsk salt

LEIÐBEININGAR:

a) Blandið saman poppuðu maís og hnetum í stórri skál eða pönnu. Í 2 lítra potti, sameina melassa, sykri og salti; elda við miðlungshita að harðkúlustigi (260 gráður).

b) Hellið sírópi hægt yfir poppað maís og hnetur, hrærið þar til blandan er vel húðuð.

c) Prýstið í 5 aura kalda drykkjarbolla.

d) Stingið tréspjóti í hverja og látið kólna.

e) Ýttu á botn bolla til að fjarlægja. Gerir um 16

NIÐURSTAÐA

Þessi bók hefur fundið upp sælkera popp með skapandi og ljúffengu ívafi. Smjört popp á eftir að virka lúmskt eftir að hafa borðað góðgæti eins og skjaldbökupopp, súkkulaðihúðað jarðaberjapopp og Bacon Ranch poppkorn! Þetta er fullkomin bók fyrir kvikmyndakvöld á föstudagskvöldi!

Ingram Content Group UK Ltd.
Milton Keynes UK
UKHW021815180723
425338UK00007B/39